பித்தன்

கலீல் ஜிப்ரான்

தமிழில்: குகன்

We Can Books

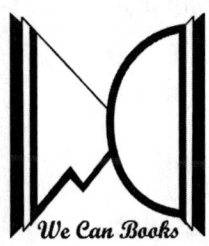

பித்தன்

கலீல் ஜிப்ரான்

தமிழில் : குகன்

முதற் பதிப்பு: நவம்பர் 2024

அட்டை வடிவமைப்பு: தனலட்சுமி

வி கேன் புக்ஸ் வெளியீட்டு எண்: 34

(Imprint of WE CAN SHOPPING)

வி கேன் புக்ஸ் (அலுவலகம்)
3A, Dr. Ram Street, Nelvayal Nagar,
Perambur, Chennai - 600 011.
Cell: 9003267399

SHOW ROOM:
Flat No.3 (Ground Floor),
Meenakshi Sundaram Flats
Old Door No.11, New Door No. 33
Sivaji Street, T.Nagar, Chennai - 600 017.
Cell: 9940448599
E&mail:wecanshopping@gmail.com
website: www.wecanshopping.com

ISBN: 978-81-968554-2-0

பக்கம்: 64

விலை: ரூ. 80

பொருளடக்கம்

1. நான் எப்படி பித்தன் ஆனேன்?	5
2. இறைவன்	7
3. என் நண்பன்	9
4. சோளக்கொல்லை பொம்மை	11
5. தூக்கத்தில் நடப்பவர்கள்	12
6. புத்திசாலி நாய்	13
7. இரண்டு துறவிகள்	14
8. கொடுப்பதும் எடுப்பதும்	16
9. ஏழு தன்மைகள்	17
10. போர்	20
11. நரி	22
12. ஞானமுள்ள மன்னன்	23
13. லட்சியம்	25
14. புதிய இன்பம்	27
15. வேற்று மொழி	28
16. மாதுளம் பழம்	30
17. இரண்டு கூண்டுகள்	32
18 மூன்று எறும்புகள்	33

3

19. கல்லறையைத் தோண்டுபவர்	*34*
20. கோயிலின் படிகளில்	*35*
21. ஆசீர்வதிக்கப்பட்ட நகரம்	*36*
22. நல்ல கடவுளும், தீய கடவுளும்	*39*
23. தோல்வி	*40*
24. இரவும் பைத்தியக்காரனும்	*42*
25. முகங்கள்	*47*
26. பெருங்கடல்	*48*
27. சிலுவையில் அறையப்பட்ட மனிதன்	*51*
28. வானியலாளர்	*53*
29. பெரும் ஏக்கம்	*54*
30. ஒரு புல்லின் வார்த்தை	*56*
31. கண்	*57*
32. இரண்டு கற்றறிந்த மனிதர்கள்	*58*
33. என் துக்கம் பிறந்தபோது	*59*
34. என் மகிழ்ச்சி பிறந்தபோது	*61*
35. நிறைவான உலகம்	*62*

1. நான் எப்படி பித்தன் ஆனேன்?

நான் எப்படி பித்தன் ஆனேன் என்று கேட்கிறீர்கள்.

அது இப்படி நடந்தது:

கடவுள்கள் பிறப்பதற்கு நீண்ட காலத்திற்கு முன்பே, ஒரு நாள் நான் ஆழ்ந்த உறக்கத்திலிருந்து விழித்தேன். என் முகமூடிகள் அனைத்தும் திருடப்பட்டதைக்கண்டேன். ஏழு பிறவியில் நான் வடிவமைத்து அணிந்திருந்த ஏழு முகமூடிகள்!

நான் முகமூடியின்றி நெரிசலான தெருக்களில், "திருடர்கள், திருடர்கள், சபிக்கப்பட்ட திருடர்கள்" என்று கூச்சலிட்டப்படி ஓடினேன். அங்கிருந்த ஆண்களும் பெண்களும் என்னைப் பார்த்துச் சிரித்தனர். சிலர் எனக்குப் பயந்து தங்கள் வீடுகளுக்கு ஓடினார்கள்.

நான் சந்தைப் பகுதியை அடைந்தபோது, ஒரு வீட்டின்மேல் நின்றிருந்த இளைஞன், "அவன் ஒரு பித்தன்" என்று என்னைக் கூறினான்.

நான் அவனை நிமிர்ந்து பார்த்தேன். சூரியன் முதல்முறையாக என் சொந்த முகத்தை முத்தமிட்டது. முதன்முறையாகச் சூரியன் என் முகத்தையே முத்தமிட்டது. என் ஆன்மா சூரியன் மீதான அன்பால் எரிந்தது. மேலும் எனக்கு முகமூடிகள் தேவையில்லை. மயக்கத்தில் இருப்பதுபோல், "என் முகமூடிகளைத் திருடிய திருடர்கள் ஆசிர்வதிக்கப்பட்டவர்கள், ஆசிர்வதிக்கப்பட்டவர்கள்" என்று கத்தினேன்.

இதனால், நான் பித்தன் ஆனேன்.

நான் பித்தனாக இருப்பதில் சுதந்திரம், பாதுகாப்பு இரண்டையும் கண்டேன்; தனிமையின் சுதந்திரம், அதைப் புரிந்துகொள்ளப்படுவதிலிருந்து பாதுகாப்பு. ஏனென்றால் நம்மைப் புரிந்துகொள்பவர்கள் நமக்குள் இருப்பதில் எதையாவது ஒன்றில் அடிமைப்படுத்துகிறார்கள்.

ஆனால் எனது பாதுகாப்பைப் பற்றி நான் பெருமைப்பட வேண்டாம். சிறையில் இருக்கும் ஒரு திருடன்கூட இன்னொரு திருடனிடமிருந்து பாதுகாப்பாக இருப்பான்.

2. இறைவன்

பழங்காலத்தில், என் உதடுகளில் முதல் அசைவுகள் வந்தபோது, புனிதமலையின் மீது ஏறி, கடவுளிடம் பேசினேன், "பரம்பொருளே! நான் உங்கள் அடிமை. உமது சித்தமே என் சட்டம், நான் என்றென்றும் உமக்குக் கீழ்ப்படிவேன்."

ஆனால் கடவுள் பதில் சொல்லவில்லை. ஒரு பெரும் புயல்போல் அவர் கடந்து சென்றார்.

ஆயிரம் ஆண்டுகளுக்குப் பிறகு, புனிதமலையின்மீது ஏறி, மீண்டும் கடவுளிடம் பேசினேன், "என்னைப் படைத்தவரே! நான் உங்கள் படைப்பு. நீங்கள் களிமண்ணிலிருந்து என்னை வடிவமைத்தீர்! நான் உமக்கு எல்லாவற்றுக்கும் கடன்பட்டிருக்கிறேன்."

கடவுள் பதில் எதுவும் சொல்லவில்லை. ஆனால் ஆயிரம் சிறகுகள்கொண்ட பறவையைப் போல் விரைவாக மறைந்தார்.

ஆயிரம் ஆண்டுகளுக்குப் பிறகு, புனிதமலையின்மீது ஏறி, மீண்டும் கடவுளிடம் பேசி, "தந்தையே! நான் உமது மகன். இரக்கத்தினாலும் அன்பினாலும் நீர் என்னைப் பெற்றெடுத்தீர்! அன்பாலும், அதன் அரவணைப்பின் வழிபாட்டினாலும் உமது ராஜ்யத்தைப் பெறுவேன்."

கடவுள் எந்த பதிலும் சொல்லவில்லை. தொலைதூர மலைகளை மறைக்கும் மூடுபனிபோல அவர் சென்றுவிட்டார்.

ஆயிரம் ஆண்டுகளுக்குப் பிறகு புனிதமலையின்மீது ஏறி, மீண்டும் கடவுளிடம் பேசினேன், "என் கடவுளே! என் இலக்கை நிறைவேற்ற உதவும் வழிகாட்டியே! நான்

தமிழில்: குகன் ✶ 7

உங்களுடைய நேற்றைவர். நீங்கள் என்னுடைய நாளை. இந்தப் பூமியில் நான் உமது வேர். நீங்கள் வானத்தில் எனது மலர். சூரியனின் முன்பாக நாம் ஒன்றாக வளர்கிறோம்."

பின்னர் கடவுள் என்மீது சாய்ந்தார். என் காதுகளில் இனிமையான வார்த்தைகளை உச்சரித்தார். மேலும் ஓடிவரும் ஆற்றை கடல் தழுவதுபோல, அவர் என்னை அணைத்துக்கொண்டார்.

நான் மலையின் பள்ளத்தாக்கிலிருந்து சமவெளிகளுக்கு இறங்கியபோது கடவுள் அங்கே இருந்தார்.

3. என் நண்பன்

என் நண்பரே,

நான் உங்கள் முன்னால் தோன்றுவதுபோல் இல்லை. நான் தோன்றுவதுபோன்று தெரிவது ஓர் ஆடையானது. உங்களுடைய கேள்விகளிலிருந்து என்னையும், உங்களை என் அலட்சியத்திலிருந்தும் பாதுகாக்கவும் கவனமாக நெய்தப்பட்ட ஆடை அது.

என் நண்பரே! என்னில் உள்ள "நான்" அமைதியான இல்லத்தில் வசிக்கிறது. அது எப்போதும் உணரப்படாமலும், அணுக முடியாததாகவும் இருக்கும்.

நான் சொல்வதை நீங்கள் நம்பவோ நான் செய்வதை நீங்கள் நம்பவோ விரும்பவில்லை. ஏனென்றால் என் வார்த்தைகள் உங்கள் சொந்த எண்ணங்கள். எனது செயல்கள் செயல்நிலையில் உங்கள் சொந்த நம்பிக்கையைத் தவிர வேறொன்றுமில்லை.

"காற்று கிழக்கு நோக்கி வீசுகிறது" என்று நீங்கள் கூறும்போது, "ஆமாம், அது கிழக்கு நோக்கி வீசும்" என்று கூறுகிறேன்; ஏனென்றால், என் மனம் காற்றின்மீது அல்ல, கடலின் மீதுதான் தங்கியிருக்கிறது என்பதை நீங்கள் அறிய விரும்பவில்லை.

என் கடற்பயண எண்ணங்களை உன்னால் புரிந்துகொள்ள முடியாது அல்லது நீ புரிந்துகொண்டதாக என்னால் கருத முடியாது. நான் தன்னந்தனியாகக் கடலில் இருப்பேன்.

என் தோழனே, பொழுது உன்னோடு பகலாக இருக்கும்போது என்னோடு இரவாக இருக்கும்; ஆயினும்கூட, நான் மலைகளில் நடனமாடும் நண்பகலைப் பற்றியும், பள்ளத்தாக்கைக் கடந்துசெல்லும் ஊதாநிற நிழலைப் பற்றியும் பேசுகிறேன். ஏனென்றால் என் இருளின் பாடல்களை உன்னால் கேட்க முடியாது. என் சிறகுகள் நட்சத்திரங்களுக்கு எதிராக அடிப்பதைக் காண முடியாது. நான் உன்னைக் கேட்கவோ பார்க்கவோ மாட்டேன். நான் இரவில் தனியாக இருப்பேன்.

நீ உனது சொர்க்கத்திற்கு ஏறும்போது, நான் என் நரகத்திற்கு இறங்குகிறேன். அப்போதும்கூட, "என் தோழனே, என் தோழனே" என்று நீ என்னைக் கடக்க முடியாமல் அழைக்கிறாய். நான் உன்னை "என் தோழனே, என் தோழனே" என்று மீண்டும் அழைக்கிறேன். எனக்காக என் நரகத்தை நீ பார்க்க வேண்டாம். தீப்பிழம்பு உன் கண் பார்வையை எரிக்கும், புகை உன் நாசியில் குவியும். என் நரகத்தை நீ பார்வையிடுவதை நான் மிகவும் விரும்புகிறேன். நான் தனியாக நரகத்தில் இருப்பேன்.

நீ உண்மையையும் அழகையும் நேர்மையாக விரும்புகிறாய்; உனக்காக நான் இதை விரும்புவது நல்லது என்று சொல்கிறேன். ஆனால் என் இதயத்தில் உன் அன்பைக் கண்டு சிரிக்கிறேன். ஆனாலும் என் சிரிப்பை நீ பார்க்க விரும்பவில்லை. நான் தனியாகச் சிரிப்பேன்.

என் நண்பரே, நீங்கள் நல்லவர், எச்சரிக்கையானவர், புத்திசாலி; இல்லை இல்லை, நீ முழு நிறைவான மனிதன். நானும் உன்னுடன் புத்திசாலித்தனமாகவும் எச்சரிக்கையாகவும் பேசுகிறேன். இருந்தாலும் நான் பைத்திக்காரனாக இருக்கிறேன். ஆனால் நான் என் பைத்தியக்காரத்தனத்தை மறைக்கிறேன். நான் தனியாகப் பைத்தியக்காரத்தனமாய் இருப்பேன்.

என் நண்பனே, நீ என் நண்பன் அல்ல, ஆனாலும் உனக்கு எப்படி புரிய வைப்பேன்? என் பாதை உனது பாதையல்ல. இருப்பினும் ஒன்றாகக் கைகோர்த்து நடக்கிறோம் நாம்!!

4. சோளக்கொல்லை பொம்மை

ஒருமுறை நான் ஒரு சோளக்கொல்லை பொம்மையிடம், "தனிமையான இந்த வயலில் நின்று நீ சோர்வாக ஏன் இருக்க வேண்டும்?" என்றேன். அதற்கு அந்தப் பொம்மை, "பயமுறுத்தலின் மகிழ்ச்சி ஆழமானது. அது தீராதது. அதனால் நான் ஒருபோதும் சோர்வாக உணர்ந்ததில்லை." என்று சொன்னது.

நான், ஒரு நிமிட யோசனைக்குப் பிறகு, "உண்மைதான்; ஏனென்றால் அந்த மகிழ்ச்சியை நானும் அறிந்திருக்கிறேன்." என்றேன்.

"வைக்கோல் நிரப்பப்பட்டவர்களால் மட்டுமே அதை அறிய முடியும்." என்றது.

அது என்னைப் பாராட்டியதா அல்லது பரிகசித்ததா என்று தெரியாமல் அதைவிட்டு விலகினேன்.

ஒரு வருடம் கடந்துவிட்டது, அந்த நேரத்தில் சோளக்கொல்லை பொம்மை தத்துவவாதியாக மாறியது.

நான் மீண்டும் அதைக் கடந்து சென்றபோது, இரண்டு காகங்கள் அதன் தொப்பியின் கீழ் கூடு கட்டுவதைக் கண்டேன்.

5. தூக்கத்தில் நடப்பவர்கள்

நான் பிறந்த ஊரில் ஒரு பெண்ணும், அவளது மகளும் வாழ்ந்து வந்தனர். அவர்கள் தூக்கத்தில் நடக்கும் பழக்கம் கொண்டவர்கள்.

ஓர் இரவு, உலகை அமைதி சூழ்ந்திருந்தபோது, மூடுபனி மூடிய தோட்டத்தில் அந்தப் பெண்ணும் அவளுடைய மகளும் தூக்கத்தில் நடந்தபடி ஒருவரை ஒருவர் சந்தித்துப் பேசிக்கொண்டனர்.

கடைசியாக, தாய் மகளிடம் சொன்னாள்: "என் எதிரியே! உன்னால் என் இளமை அழிக்கப்பட்டது. என்னுடைய சிதைவுகளின் மீது உன் வாழ்க்கையைக் கட்டியெழுப்பியவள்! என்னால் உன்னைக் கொல்ல முடியுமா!"

மகள் தாயிடம் கூறினாள், "வெறுக்கத்தக்கப் பெண்ணே! சுயநல கிழவியே! என் சுதந்திரமான சுயத்திற்கும் எனக்கும் இடையில் நிற்பவளே! உன் மங்கிப்போன வாழ்க்கையின் எதிரொலியாகப் பெற்ற வாழ்க்கையை என்னைத் தவிர யார் பெறுவார்கள்! நீ இறக்க மாட்டாயா?"

அந்த நேரத்தில் ஒரு காகம் கரைந்து, இரண்டு பெண்களும் தூக்கத்திலிருந்து விழித்தனர்.

தாய் மெதுவாக, "அது நீயா, செல்லம்?" என்றாள்.

மகள் மெதுவாகப் பதிலளித்தாள், "ஆமாம், அன்பு தாயே." என்றாள்.

6. புத்திசாலி நாய்

ஒரு நாள், ஒரு புத்திசாலி நாய், பூனைகளின் கூட்டத்தைக் கடந்துசென்றது.

அந்த நாய் தன்னைக் கவனிக்காமல் கூட்டமாகப் பிரார்த்தனைச் செய்து கொண்டிருந்த பூனைகளின் அருகில் நின்று பார்த்தது.

அப்போது கூட்டத்தின் நடுவில் ஒரு பெரிய பயங்கரமான பூனை எழுந்து, அவர்களைப் பார்த்து, "சகோதரர்களே, பிரார்த்தனை செய்யுங்கள்; நீங்கள் மீண்டும் மீண்டும் பிரார்த்தனை செய்யும்போது, சந்தேகத்திற்கு இடமில்லாமல், நமக்காக எலிகள் மழை பெய்யும்." என்றது.

அதைக் கேட்டதும் நாய் மனதுக்குள் சிரித்துவிட்டு அவர்களிடம் சொன்னது, "ஓ குருடரான முட்டாள் பூனைகளே! பிரார்த்தனைக்காகவும் நம்பிக்கைக்காகவும் மழை பொழிவதாக இருந்திருந்தால் எனக்கு முன்னிருந்த எனது மூதாதையர்கள் எழுதி வைத்ததாக இருக்கும், அவர்களின் வேண்டுதல் எலிகள் அல்ல எலும்புகள்." என்றது.

7. இரண்டு துறவிகள்

ஒரு தனிமையான மலையில், கடவுளை வணங்கும் ஒருவரையொருவர் நேசிக்கும் இரண்டு துறவிகள் வாழ்ந்தனர்.

அப்போது அந்த இரண்டு துறவிகளுக்கும் பொதுவான மண் கிண்ணம் இருந்தது. அதுதான் அவர்களின் ஒரே உடைமை.

ஒரு நாள் ஒரு தீய ஆவி அந்த மூத்த துறவியின் இதயத்தில் நுழைந்தது. அவர் இளையவரிடம் வந்து, "நாம் ஒன்றாக நீண்ட காலம் வாழ்ந்துவிட்டோம். நாம் பிரியும் நேரம் வந்துவிட்டது. நாம் நமது உடைமைகளைப் பிரித்துக்கொள்வோம்" என்றார்.

அப்போது இளைய துறவி வருத்தமடைந்து, "சகோதரரே! நீங்கள் என்னைவிட்டுப் பிரிவது எனக்கு வருத்தமாக இருக்கிறது. ஆனால் நீங்கள் போக வேண்டுமானால், அப்படியே ஆகட்டும்" என்று சொல்லிவிட்டு, மண் கிண்ணத்தைக் கொண்டுவந்து அவரிடம் கொடுத்து, "சகோதரரே! என்னால் இதைப் பிரிக்க முடியாது. இது உங்களுடையதாகவே இருக்கட்டும்" என்றார்.

அப்போது மூத்த துறவி, "நான் தானமாகத் தருவதை ஏற்க மாட்டேன். என்னுடையதைத் தவிர வேறு எதையும் எடுக்க மாட்டேன். இது பிரிக்கப்பட வேண்டும்." என்றார்.

அதற்கு இளையவன், "கிண்ணம் உடைந்தால், உங்களுக்கோ எனக்கோ என்ன பயன்? இது உங்களுக்கு மகிழ்ச்சியாக இருந்தால், நாம் குலுக்கிப்போடுவோம். எடுத்துக்கொள்வோம்" என்றார்.

ஆனால் மூத்த துறவி மீண்டும் கூறினார், "எனக்கு நியாயமாகக் கிடைக்க வேண்டிய என்னுடைய உடைமை மட்டுமே வேண்டும். மேலும் நான் நியாயமாகக் கிடைக்க வேண்டியதை யாருக்காகவும் வீணாக்க விரும்பவில்லை. கிண்ணம் பிரிக்கப்பட வேண்டும்" என்று உறுதியாகக் கூறினார்.

பின்னர் இளைய துறவியால் தன் பக்கத்தின் நியாயத்தை விளக்க முடியவில்லை. அதனால் அவர், "உண்மையில் அதுதான் உங்கள் விருப்பமாக இருந்தால், இப்போது உங்கள் விருப்பப்படியே கிண்ணத்தை உடைப்போம்" என்றார்.

ஆனால் மூத்த துறவியின் முகம் மிகவும் இருண்டது. "ஓ.. சபிக்கப்பட்ட கோழையே! நீ என்னோடு சண்டை யிடாதே!" என்று கத்தினார்.

8. கொடுப்பதும் எடுப்பதும்

ஒரு காலத்தில் பள்ளத்தாக்கில் நிறைய ஊசிகள்கொண்ட மனிதர் ஒருவர் வாழ்ந்து வந்தார்.

ஒரு நாள் இயேசுவின் தாய் அவரிடம் வந்து, "நண்பரே, என் மகனின் ஆடை கிழிந்துவிட்டது. அவன் ஆலயத்திற்குச் செல்வதற்கு முன்பு நான் அதைச் சரிசெய்ய வேண்டும். நீங்கள் எனக்கு ஒரு ஊசியைக் கொடுக்க முடியுமா?"

அவர் அவளுக்கு ஒரு ஊசியைக் கொடுக்கவில்லை. ஆனால் அவர் ஆலயத்திற்குச் செல்வதற்கு முன்பு அவளுடைய மகனுக்கு எடுத்துச் செல்வதற்குக் கொடுப்பதும் எடுப்பதும் பற்றிய கற்றறிந்த சொற்பொழிவைக் கொடுத்தார்.

9. ஏழு தன்மைகள்

இரவின் அமைதியான நேரத்தில், நான் அரைத் தூக்கத்தில் படுத்திருந்தபோது, எனது ஏழு தன்மைகளும் ஒன்றாக அமர்ந்து இவ்வாறு முணுமுணுத்தவாறு பேசிக்கொண்டது.

முதல் தன்மை: இதோ, இந்தப் பைத்தியக்காரனிடம் மாட்டிகொண்டு, பகலில் அவனது வேதனையைப் புதுப்பித்து, இரவில் அவனது சோகத்தை மீண்டும் உருவாக்குவதைத் தவிர வேறு எதுவும் செய்யாமல், இத்தனை ஆண்டுகளாக அவனுடன் வாழ்கிறேன். என் விதியை என்னால் இனி தாங்க முடியாது, இப்போது நான் கிளர்ச்சி செய்யப்போகிறேன்.

இரண்டாவது தன்மை: என்னுடையதைவிட உன்னுடையது சிறந்தது, சகோதரனே, இந்தப் பைத்தியக்காரனின் மகிழ்ச்சியான தன்மையாக இருக்க எனக்குக் கொடுக்கப்பட்டுள்ளது. அவனது சிரிப்பைச் சிரிக்கிறேன். அவனது மகிழ்ச்சியான நேரங்களைப் பாடுகிறேன், நான் மூன்று சிறகுகள்கொண்ட கால்களால் அவனது பிரகாசமான எண்ணங்களை நடனமாடுகிறேன். எனது சோர்வான இருப்புக்கு எதிராக நான்தான் கிளர்ச்சி செய்ய வேண்டும்.

மூன்றாவது தன்மை: என் நிலைமை மட்டும் என்ன? காதல் நிறைந்த தன்மை, கட்டுக்கடங்கா காமவுணர்வு, அதன் விசித்திரமான விருப்பங்களோடு பிணைக்கப்பட்ட காட்டுத்தீ! காதல் நோயாளியான மாற்றிய இந்தப் பைத்தியக்காரனுக்கு எதிராக நான்தான் கிளர்ச்சி செய்ய வேண்டும்.

நான்காவது தன்மை: உங்கள் அனைவரிலும் நான் மிகவும் பரிதாபத்திற்குரியவன். ஏனென்றால் வெறுக்கத்தக்க

தமிழில்: குகன் ♦ 17

வெறுப்பையும் அழிவுகரமான வெறுப்பையும் தவிர வேறு எதுவும் எனக்கு வழங்கப்படவில்லை. நரகத்தின் இருள் குகைகளில் பிறந்த ஒன்றாய் மனம் புயலாக மாறியிருக்கிறது. இந்தப் பைத்தியக்காரனுக்குச் சேவை செய்வதை எதிர்த்துப் போராடுவேன்.

ஐந்தாவது தன்மை: இல்லை, அதை நான்தான் செய்ய வேண்டும். சிந்திக்கும் தன்மையாக, கற்பனையான, பசி மற்றும் தாகத்தின் தன்மையாக, இன்னும் அறியப்படாத விஷயங்களையும் உருவாக்கப்படாத விஷயங்களையும் தேடி ஓய்வின்றி அலைந்து திரிந்தவன் நான்; கிளர்ச்சி செய்ய வேண்டியது நான்தான், நீ அல்ல.

ஆறாவது தன்மை: அப்படியென்றால் நானும்தான். உழைக்கும் தன்மை. பரிதாபகரமான உழைப்பாளி. பொறுமையான கைகளாலும், ஏக்கமுள்ள கண்களாலும், நாள்களை உருவங்களாக வடிவமைத்து, உருவமற்ற கூறுகளுக்குப் புதிய வடிவங்களைத் தருகிறேன். யாருமற்ற தனிமையில் இருப்பவன் நான். இந்த ஓய்வில்லாத பைத்தியத்திற்கு எதிராகக் கிளர்ச்சியை நான்தான் செய்ய வேண்டும்.

ஏழாவது தன்மை: எவ்வளவு விசித்திரமாக இருக்கிறது? இந்த மனிதனுக்கு எதிராக நீங்கள் அனைவரும் கிளர்ச்சி செய்ய வேண்டுமென்று சொல்வது. ஏனென்றால் உங்கள் ஒவ்வொருவருக்கும் நிறைவேற்றுவதற்கு முன்னரே தீர்மானிக்கப்பட்ட விதி உள்ளது. நான் உங்களில் ஒருவரைப் போல, உறுதியான பலம்கொண்ட தன்மையாக இருக்க முடியுமா! ஆனால் என்னிடம் எதுவுமில்லை, நான் ஒன்றும் செய்யாத தன்மை. நீங்கள் சுறுசுறுப்பாக வாழ்க்கையை உருவாக்க இயங்கும்போது, நான் வெற்று தனிமையில் ஊமையாக அமர்ந்திருக்கிறேன். என் அருகிலிருப்போரே! நீங்கள் அல்லது நானா, நம்மில் யார் கிளர்ச்சி செய்ய வேண்டும்?

ஏழாவது தன்மை இப்படிப் பேசியபோது மற்ற ஆறு தன்மைகளும் அதைப் பார்த்துப் பரிதாபப்பட்டு வேறு எதுவும் பேசவில்லை; இரவு ஆழமாக வளர, ஒன்றன்பின்

ஒன்றாகப் புதியதொரு மகிழ்ச்சியான உரையாடல் பரிமாற்றத்தால் உறங்கச்சென்றது.

ஆனால் ஏழாவது தன்மை அனைத்தையும் பார்த்துக்கொண்டு ஒன்றுமில்லாமல் வெற்றுத்தன்மையோடு இருந்தது.

10. போர்

ஒரு நாள் இரவு அரண்மனையில் ஒரு விருந்து நடந்தது, அங்கே ஒரு மனிதன் வந்து இளவரசனின் காலில் சாஷ்டாங்கமாக விழுந்தான். அவனுடைய ஒரு கண் பிடுக்கப்பட்டிருப்பதையும், அந்த இடத்தில் ரத்தம் வழிவதையும் அனைவரும் பார்த்தார்கள்.

இளவரசர் அவரிடம், "உனக்கு என்ன நேர்ந்தது?" என்று கேட்டார்.

அதற்கு அந்த மனிதன், "ஓ இளவரசே, நான் தொழில் முறையில் ஒரு திருடன். நான் பணம் மாற்றும் கடையில் கொள்ளையடிக்கச் சென்றேன். அன்றிரவு, நிலவு வெளிச்சம் இல்லாததால், நான் ஜன்னல் வழியாக ஏறி, தவறுதலாக நெசவாளர் கடைக்குள் நுழைந்தேன். நான் இருட்டில் நெசவாளர் கடைக்குள் ஓடிய போது தடுமாறி தறிமீது விழுந்தேன். என் கண் பிடுங்கப்பட்டது. இப்போது, ஓ இளவரசே! நான் நெசவாளர்மீது நீதி கேட்கிறேன்."

பின்னர் இளவரசர் நெசவாளரை வரவழைத்தார். அவர் வந்தார். அவருடைய ஒரு கண்ணைப் பிடுங்க வேண்டும் என்று ஆணையிடப்பட்டது.

"ஓ இளவரசே! ஆணை நியாயமானது. என் கண்ணில் ஒன்று எடுப்பது என்பது சரிதான். நான் நெசவு செய்யும் துணியின் இரு பக்கங்களையும் பார்க்க எனக்கு இரண்டு கண்கள் அவசியம். ஆனால் எனக்குப் பக்கத்து வீட்டுக்காரர். ஒரு செருப்புத் தொழிலாளி இருக்கிறார். அவருக்கும் இரண்டு கண்கள் உள்ளன. அவருடைய வியாபாரத்தில் இரண்டு

கண்களும் தேவையில்லை." என்று நெசவாளர் கூறினார்.

பின்னர் இளவரசர் செருப்புத் தொழிலாளியை வரவழைத்தார். அவர் வந்தார். அவர்கள் செருப்புத் தொழிலாளியின் இரண்டு கண்களில் ஒன்றை வெளியே எடுத்தனர். நியாயமாக வழங்கப்பட்டதில் நீதி திருப்தியடைந்தது.

11. நரி

ஒரு நரி சூரிய உதயத்தின்போது தன் நிழலைப் பார்த்து, “இன்று மதிய உணவிற்கு ஒரு ஒட்டகத்தை உணவாகச் சாப்பிடுவேன்” என்று சொன்னது.

காலை முழுவதும் ஒட்டகங்களைத் தேடி அழைந்தது. கிடைக்கவில்லை. நண்பகலில் அவர் தனது நிழலை மீண்டும் பார்த்தது.

“ஒரு எலியாவது கிடைத்தால் போதும்.” என்று சொன்னது.

12. ஞானமுள்ள மன்னன்

ஒருமுறை தொலைதூர நகரமான விராணியில் வல்லமையும் ஞானமும் கொண்ட ஒரு மன்னன் ஆட்சி செய்து வந்தார். அவரது வல்லமைக்குப் பலர் அஞ்சினார். அவரது ஞானத்திற்காக மக்களால் நேசிக்கப்பட்டார்.

அந்த நகரத்தின் மையத்தில் ஒரு கிணறு இருந்தது, அதன் தண்ணீர் குளிர்ச்சியாகவும், படிகமாகவும் இருந்தது. அதைக் குடிமக்கள் அனைவரும் குடித்து வந்தனர். அதே தண்ணீரை மன்னரும் அவரது பிரபுக்களும் பருகினர். ஏனென்றால், அந்த நகரத்தில் வேறு கிணறு இல்லை.

ஒரு நாள் இரவு அனைவரும் உறங்கிக்கொண்டிருந்தபோது, ஒரு சூனியக்காரி நகருக்குள் நுழைந்தாள். ஏழு துளிகள் விசித்திரமான திரவத்தைக் கிணற்றில் ஊற்றி, "இந்த நேரத்திலிருந்து இந்தத் தண்ணீரைக் குடிப்பவர் பைத்தியம் பிடிப்பார்கள்" என்று சபித்தாள்.

அடுத்த நாள் காலையில் மன்னரையும், அவரது பிரபுக்களையும் காப்பாற்ற அனைத்துக் குடிமக்களும், சூனியக்காரி முன்னறிவித்தபடியே, கிணற்றிலிருந்து குடித்துவிட்டுப் பைத்தியம் பிடித்தனர்.

அதே நாளில், குறுகிய தெருக்களிலும், சந்தைகளிலும் இருந்த மக்கள் ஒருவருக்கொருவர் கிசுகிசுப்பதைத் தவிர வேறு எதையும் செய்யவில்லை: "மன்னருக்குப் பைத்தியம் பிடித்திருக்கிறது. நமது மன்னரும், அவருடைய பிரபுக்களும் அறிவை முழுவதுமாக இழந்துவிட்டனர். நிச்சயமாக நம்மை ஒரு பைத்தியக்கார மன்னர் ஆள முடியாது. நாம் அனைவரும் அவரை அரியணையிலிருந்து தூக்கி எறிய வேண்டும்." என்றனர்.

அன்று மாலை தங்கக் குவளையில் கிணற்றிலிருந்த நீரை நிரப்புமாறு மன்னர் கட்டளையிட்டான். அது அவனிடம் கொண்டு வரப்பட்டதும், அதைக் குடித்து, தன் பிரபுக்களுக்கும் குடிக்கக் கொடுத்தார்.

தொலைவில் உள்ள மக்கள் கொண்டாடினர். விராணி நகரமே பெரும் மகிழ்ச்சியில் ஆழ்ந்தது. ஏனெனில் மன்னரும், அவரது பிரபுக்களும் தங்கள் அறிவைப் பெற்றுவிட்டதாக நகரமே ஆனந்தப்பட்டது.

13. லட்சியம்

ஒரு மதுபான உணவக மேசையில் மூன்று ஆண்கள் சந்தித்தனர். ஒருவர் நெசவாளர், மற்றொருவர் தச்சர், மூன்றாவது நபர் உழவர்.

நெசவாளர் சொன்னார், "இன்று நான் இரண்டு தங்கக் காசுகளுக்கு ஒரு மெல்லிய துணியை விற்றேன். நாம் விரும்பும் அனைத்து மதுவை முழுவதுமாகக் குடிப்போம்" என்றார்.

"இன்று, நான் எனது வாழ்நாளில் சிறந்த சவப்பெட்டியை விற்றேன். நாம் அருந்தும் மதுவுடன் ஒரு பெரிய கோழியைச் சாப்பிடுவோம்." என்று தச்சர் கூறினார்.

"இன்று நான் ஒரு பெரிய சவக்குழியைத் தோண்டினேன்," என்று உழவர் கூறினார். "அதனால் எனக்கு ஆதரவு அளித்து வரும் பெரிய மனிதர் இரட்டிப்புப் பணம் கொடுத்தார். நாம் தேன் கலந்த ரொட்டியையும் உண்போம்." என்றார்.

மூவரும் அன்று மாலை முழுவதும் மதுக்கடையிலேயே இருந்தனர். ஏனென்றால் அவர்கள் மது, இறைச்சி, ரொட்டி என்று அடிக்கடி கேட்டு அருந்திக்கொண்டே இருந்தார்கள். மூவரும் மகிழ்ச்சியில் குதூகலமாக இருந்தனர்.

அவர்களை உபசரித்த விடுதியின் உரிமையாளர் தனது கைகளைத் தடவி, மனைவியைப் பார்த்துச் சிரித்தான். ஏனெனில் அவருடைய விருந்தாளிகள் பணத்தைத் தாரளமாகச் செலவு செய்தார்கள்.

அவர்கள் செல்லும்போது நிலவு வான் உச்சத்தில் இருந்தது. அவர்கள் ஒன்றாகப் பாடியும் கத்தியும் சாலையோரம் நடந்தார்கள்.

விடுதி உரிமையாளரும், அவர் மனைவியும் மதுக்கடை வாசலில் நின்று அவர்களைப் பார்த்துக்கொண்டிருந்தனர்.

அவர்கள் சென்றதும், மனைவி சொன்னாள், “இந்த மனிதர்கள் மிகவும் தாரளமாகச் செலவுசெய்து கொண்டாடுபவர்கள்! இதே அதிர்ஷ்டத்தை ஒவ்வொரு நாளும் அவர்களால் நமக்குத் தர முடிந்தால் நமது மகன் விடுதியின் காப்பாளராக இருக்க வேண்டிய அவசியமில்லை, கடினமாக உழைக்க வேண்டியதுமில்லை. நாம் அவனுக்கு நல்ல கல்வி கற்பிக்க வைக்க முடியும். மேலும் அவன் ஒரு பாதிரியராக முடியும்.

14. புதிய இன்பம்

நேற்றிரவு நான் ஒரு புதிய இன்பத்தைக் கண்டுபிடித்தேன். அதற்கு முதல் சோதனையை மேற்கொண்டிருக்கும்போது ஒரு தேவதையும் பிசாசும் என் வீட்டை நோக்கி விரைந்து வந்தனர்.

அவர்கள் என் வீட்டு வாசலில் சந்தித்து, நான் புதிதாக உருவாக்கிய இன்பத்தைக் குறித்து ஒருவருக்கொருவர் சண்டையிட்டனர்; "அது பாவம்!" என்று கத்தியது. மற்றொன்று, "இது ஒரு நல்லொழுக்கம்!"

15. வேற்று மொழி

நான் பிறந்து மூன்று நாட்களுக்குப் பிறகு, என் பட்டுத் தொட்டிலில் படுத்திருந்தபோது, என்னைப் பற்றிய புதிய உலகத்தை ஆச்சரியத்துடன் பார்த்துக்கொண்டிருந்தேன். என் அம்மா ஈரம் காயாத செவிலியரிடம், "என் குழந்தை எப்படி இருக்கிறது?"

அதற்குச் செவிலியர், "அவர் நன்றாக இருக்கிறார் அம்மையாரே! நான் அவருக்கு மூன்று வேளை பால் ஊட்டிவிட்டேன்; இவ்வளவு இளமையாக, அழகான குழந்தையை நான் இதற்கு முன் பார்த்ததில்லை."

நான் கோபமடைந்தேன்; அழுதேன், "அது உண்மையல்ல அம்மா; ஏனென்றால் என் படுக்கை கடினமாக இருக்கிறது. நான் குடித்த பால் என் வாய்க்குக் கசப்பாய் இருந்தது. மார்பகத்தின் வாசனை என் நாசியில் துர்நாற்றம் வீசுகிறது. நான் மிகவும் பரிதாபத்திற்குரியவனாக இருக்கிறேன்."

ஆனால் நான் பேசியது அம்மாவுக்குப் புரியவில்லை. செவிலியருக்கும் புரியவில்லை; ஏனென்றால் நான் பேசியது எந்த உலகத்திலிருந்து வந்தேனோ அந்த உலகத்தின் மொழி.

என் வாழ்க்கையின் இருபத்தியோராம் நாளில், எனக்கு ஞானஸ்நானம் செய்யும்போது, பாதிரியார் என் அம்மாவிடம், "அம்மையாரே! உங்கள் மகன் கிறிஸ்தவராகப் பிறந்ததில் நீங்கள் உண்மையிலேயே மகிழ்ச்சியாக இருக்க வேண்டும்." என்றார்.

நான் ஆச்சரியப்பட்டேன். நான் பாதிரியாரிடம், "அப்படியானால், பரலோகத்தில் உள்ள உங்கள் தாய்

மகிழ்ச்சியற்றவராக இருக்க வேண்டும். ஏனென்றால் நீங்கள் கிறிஸ்தவராகப் பிறக்கவில்லை.”

ஆனால் பாதிரியாருக்கு என் மொழி புரியவில்லை.

ஏழு மாதங்களுக்குப் பிறகு, ஒரு நாள் ஒரு ஜோதிடர் என்னைப் பார்த்து, என் அம்மாவிடம், “உங்கள் மகன் ஒரு அரசியல் மேதையாகவும், மனிதர்களுக்கு ஒரு சிறந்த தலைவராகவும் இருப்பார்” என்று கூறினார்.

ஆனால் நான், “அது பொய்யான தீர்க்கதரிசனம்; ஏனென்றால் நான் ஒரு இசைக் கலைஞராக வருவேன். இசைக் கலைஞரைத் தவிர வேறு எதுவுமாக மாட்டேன்.” என்றேன்.

ஆனால் அந்த வயதிலும்கூட என் மொழி புரியவில்லை. எனக்குப் பெரிய ஆச்சரியமாக இருந்தது.

மூன்று முப்பது ஆண்டுகளுக்குப் பிறகு என் அம்மா, செவிலியர் பாதிரியார் அனைவரும் இறந்துவிட்டார்கள், (கடவுளின் நிழல் அவர்களின் ஆவியின்மீது இருக்கட்டும்.) ஜோதிடர் இன்னும் வாழ்கிறார். மேலும் நேற்று அவரைக் கோயில் வாசல் அருகே சந்தித்தேன்;

நாங்கள் ஒன்றாகப் பேசிக்கொண்டிருக்கும்போது அவர் கூறினார், “நீ ஒரு சிறந்த இசை மேதையாக வருவாய் என்று எனக்கு எப்போதோ தெரியும். உன்னுடைய குழந்தைப் பருவத்தில்கூட நான் உன் எதிர்காலத்தை முன்னறிந்திருதேன்.”

நான் அவரை நம்பினேன். இப்போது நானும் அந்த உலகத்தின் மொழியை மறந்துவிட்டேன்.

16. மாதுளம் பழம்

ஒருமுறை நான் ஒரு மாதுளையின் இதயத்தில் வாழ்ந்தபோது, ஒரு விதை சொல்வதைக் கேட்டேன், "ஒரு நாள் நான் மரமாக மாறுவேன். காற்று என் கிளைகளில் பாடும். சூரியன் என் இலைகளில் நடனமாடும். நான் வலிமையுடன் இருப்பேன். எல்லா பருவங்களிலும் நான் அழகாக இருப்பேன்" என்றது.

அப்போது மற்றொரு விதை பேசியது, "உன்னைப் போல நானும் சிறுவயதில் இப்படிப்பட்ட கருத்துகளை வைத்திருந்தேன். ஆனால் இப்போது நான் பொருட்களை எடைபோட்டு அளவிட முடியும். எனது எல்லா நம்பிக்கைகள் வீணாக இருப்பதைக் காண்கிறேன்."

மூன்றாவது விதை, "நமக்குச் சிறந்த எதிர்காலம் இருக்கிறது என்பது போன்ற எந்த உறுதியளிக்கும் நம்பிக்கையும் காணவில்லை" என்று கூறியது.

நான்காவது விதை, "பெரிய எதிர்காலம் இல்லாமல், என்ன ஒரு கேலிக்குரிய வாழ்க்கையை நாம் வாழ்கிறோம்." என்று வெறுப்பாகப் பேசியது.

ஐந்தாவது விதை, "நாம் என்னவாக இருக்கிறோம் என்றுகூட நமக்கே தெரியாதபோது, நாம் என்னவாக இருக்க வேண்டும் என்ற விவாதத்தை ஏன் செய்ய வேண்டும்?" என்று கூறியது.

ஆனால் ஆறாவது விதை, "நாம் எதுவாக இருக்கிறோமோ, அதுவாகவே தொடர்ந்து இருப்போம்" என்று பதிலளித்து.

மேலும் ஏழாவது விதை, "எல்லாரும் எப்படி இருக்கிறோம் என்று எனக்கு ஒரு தெளிவான யோசனை உள்ளது. ஆனால்

என்னால் அதை வார்த்தைகளில் சொல்ல முடியவில்லை." என்றது.

இப்படியே எட்டாவது, ஒன்பதாவது, பத்தாவது என்று மாதுளையில் இருந்த விதைகள் பேசிக்கொண்டது. அந்தக் குரல்களுக்கு என்னால் எதையும் வேறுபடுத்திப் பார்க்க முடியவில்லை.

அதனால் நான் அந்த நாளிலையே மிக நல்ல மாதுளம் பழத்தில் குறைவான விதைகள் கொண்ட இதயத்தில் அமைதியாகக் குடிப்புகுந்தேன்.

17. இரண்டு கூண்டுகள்

என் தந்தையின் தோட்டத்தில் இரண்டு கூண்டுகள் இருந்தன.

ஒன்றில் என் தந்தையின் அடிமைகள் நினாவா பாலைவனத்திலிருந்து கொண்டு வந்த சிங்கம்; மற்றொன்றில் பாடிசைக்காத சிட்டுக்குருவி.

ஒவ்வொரு நாளும் விடியற்காலையில் சிட்டுக்குருவி சிங்கத்தை நோக்கி, "சகோதர சிறைக் கைதியே! உனக்கு என் நற்காலை வணக்கம்." என்றது.

18 மூன்று எறும்புகள்

வெயிலில் தூங்கிக்கொண்டிருந்த ஒரு மனிதனின் மூக்கில் மூன்று எறும்புகள் சந்தித்தன. ஒவ்வொருவரும் அவரவர் மரபு வழக்கப்படி ஒருவரையொருவர் வணக்கம் சொல்லிவிட்டு, அங்கே நின்று பேசிக்கொண்டிருந்தது.

முதல் எறும்பு, "நான் அறிந்தவரையில் இந்த மலைகளும் சமவெளிகளும் மிகவும் தரிசு நிலங்களாக இருக்கிறது. நான் ஒருநாள் முழுவதும் எல்லா இடங்களில் தேடியும் ஒரு தானியமும் கிடைக்கவில்லை." என்று கூறியது.

இரண்டாவது எறும்பு சொன்னது, "நானும் ஒவ்வொரு மூலை, முடுக்கின் ஓரத்தின் பகுதிகளைப் பார்த்துவிட்டேன். எனக்கும் எதுவும் கிடைக்கவில்லை. இதைத்தான் என் மூதாதையர்கள் சொன்னதுபோல் எதுவும் வளராத நகர்கின்ற நிலம் என்று நினைக்கிறேன்."

பின்னர் மூன்றாவது எறும்பு தலையை உயர்த்தி, "என் நண்பர்களே, நாம் மிகப் பெருந்தலைவரான உயர்ந்த மனிதரின் மூக்கில் நிற்கிறோம். வலிமையான முடிவற்ற மனிதரின் மூக்கில் நிற்கிறோம், அவரது முழு உடலை நம்மால் பார்க்க முடியாது. அதன் நிழல் மிகவும் பரந்தது. அதைக் கண்டுபிடிக்க முடியாது. அவருடைய குரல் மிகவும் சத்தமாக இருக்கிறது. அதை நாம் கேட்க முடியாது; மேலும் அவர் எங்கும் நிறைந்தவராக இருக்கிறார்."

இவ்வாறு மூன்றாவது எறும்பு பேசியபோது மற்ற எறும்புகள் ஒன்றையொன்று பார்த்து சிரித்தன. அந்த நேரத்தில் தூக்கத்திலிருந்த மனிதன் நகர்ந்தான். கையை உயர்த்தி மூக்கைச் சொறிந்தான். அந்த மூன்று எறும்புகள் நசுக்கப்பட்டன.

19. கல்லறையைத் தோண்டுபவர்

ஒருமுறை, நான் இறந்த ஒருவரைப் புதைத்துக் கொண்டிருந்தபோது, கல்லறைத் தோண்டுபவர் என்னிடம் வந்து, "இங்கு அடக்கம் செய்ய வருபவர்களில், உன்னை மட்டுமே எனக்குப் பிடித்திருக்கிறது." என்றார்.

நான், "நீங்கள் என்னை மிகவும் மகிழ்வித்தீர்கள். ஆனால் உங்களுக்கு எதனால் என்னைப் பிடிக்கும்?"

"ஏனென்றால்" அவர் கூறினார், "அவர்கள் அழுதுகொண்டே வருகிறார்கள், அழுதுக்கொண்டே செல்கிறார்கள். ஆனால் நீ மட்டும்தான் சிரித்துக்கொண்டே வருகிறாய். சிரித்துக்கொண்டே செல்கிறாய்."

20. கோயிலின் படிகளில்

நேற்று, கோயிலின் பளிங்குப் படிகளில், இரண்டு ஆண்களுக்கு இடையில் ஒரு பெண் அமர்ந்திருப்பதைக் கண்டேன்.

அவளது முகத்தின் ஒரு பக்கம் வெளுத்திருந்தது.

மறுபக்கம் வெட்கத்தால் சிவந்திருந்தது.

21. ஆசீர்வதிக்கப்பட்ட நகரம்

என் இளமையில், ஒரு குறிப்பிட்ட நகரத்தில் ஒவ்வொருவரும் வேதத்தின் கோட்பாட்டின்படி வாழ்ந்தார்கள் என்று கூறப்பட்டது.

நான் அந்த நகரத்தையும், அதன் ஆசீர்வதிக்கப்பட்ட புனிதத்தையும் தேடுவேன் என்றேன். அது வெகுதொலைவில் இருந்தது. மேலும் எனது பயணத்திற்குப் பெரும் ஏற்பாடு செய்தேன்.

நாற்பது நாட்களுக்குப் பிறகு நான் அந்த நகரத்தைப் பார்த்தேன், நாற்பத்தோராம் நாளில் அதில் நுழைந்தேன்.

ஆனால் இது என்ன..?

ஒவ்வொரு குடிமக்கள் அனைவரும் ஒற்றைக் கண்ணும், ஒற்றைக் கையுமாக இருந்தனர். நான் ஆச்சரியப்பட்டு, "அசீர்வதிக்கப்பட்ட நகரம் என்று சொல்லும் இடத்தில் வசிப்பவர்களுக்கு ஒரு கண்ணும் ஒரு கையும் மட்டும்தான் இருக்குமா?" என்று எனக்குள் சொல்லிக்கொண்டேன்.

என் இரு கைகளையும், கண்களையும் அவர்கள் மிகவும் வியந்து பார்ப்பதை என்னால் காண முடிந்தது. அவர்கள் ஒன்றாகப் பேசிக்கொண்டிருக்கையில் அவர்களிடம், "உண்மையிலேயே இது ஆசீர்வதிக்கப்பட்ட நகரமா?" என்று கேட்டேன்.

அதற்கு அவர்கள், "ஆம், இதுதான் அந்த நகரம்" என்றார்கள்.

"உங்களுக்கு என்ன நேர்ந்தது? உங்கள் வலது கண்களும்,

வலது கைகளும் எங்கே?" என்று கேட்டேன்.

வியப்பிலிருந்த அம்மக்கள் அனைவரும் நெகிழ்ந்தனர். அதற்கு அவர்கள், "நீங்களே வந்து பாருங்கள்" என்றார்கள்.

நகரின் நடுவில் உள்ள கோயிலுக்கு என்னை அழைத்துச்சென்றார்கள். கோயிலில் நான் கைகளின் கண்களின் குவியலைக் கண்டேன். அனைத்தும் உலர்ந்துப் போயிருந்தது. அப்போது நான், "ஐயோ! இந்தக் கொடுமைகளை உங்களுக்குச் செய்தக் கொடூரன் யார்?" என்று கேட்டேன்.

மேலும் அவர்களுக்குள் ஒரு முணுமுணுப்பு ஏற்பட்டது. அவர்களில் பெரியவர் ஒருவர் எழுந்து நின்று, "இது எங்களுக்கு நாங்களே செய்தோம். எங்களுக்குள் இருக்கும் தீமையை வெற்றிகொள்ள கடவுள் செய்ய வைத்தார்." என்றார்.

அவர் என்னை ஒரு உயர்ந்த பலிபீடத்திற்கு அழைத்துச்சென்றார். மக்கள் அனைவரும் பின் தொடர்ந்தார்கள். மேலும் அவர் மாற்றியமைக்கப்பட்ட கல்வெட்டுக்கு மேலே காட்டினார், நான் படித்தேன்:

"உன் வலது கண் உனக்குத் தவறிழைத்தால், அதைப் பிடுங்கி எறிந்துவிடு; உனது சந்ததியர்கள் வளர்ச்சி பெறுவார்கள். ஏனென்றால் உனது உடல் முழுவதும் நரகத்தில் தள்ளப்படுவதற்குப் பதிலாக, உன் உறுப்புகளில் ஒன்று அழிந்துபோவது உனக்கு லாபம். உன் வலது கை உனக்குத் தவறிழைத்தால், அதை வெட்டி எறிந்துவிடு; உனது சந்ததியர்கள் தழைப்பார்கள். ஏனென்றால் உனது உடல் நரகத்தில் தள்ளப்படுவதற்குப் பதிலாக, உன் உறுப்புகளில் ஒன்றை அழிந்துபோவது உனக்கு லாபம்."

பிறகு புரிந்துகொண்டேன். நான் மக்கள் அனைவரையும் நோக்கி, "உங்களில் ஒரு ஆண், பெண்ணிற்குக்கூட இரண்டு கண்களும் கைகளும் இல்லையா?" என்று கேட்டேன்.

அதற்கு அவர்கள், "இல்லை, ஒன்றுமில்லை. வேதாகமத்தை வாசிக்கவும் அதன் கட்டளைகளைப்

புரிந்துகொள்ளும் அளவிற்கு, இங்கு யாரும் இளமையாக இல்லை."

நான் கோயிலைவிட்டு வெளியே வந்ததும், அந்த ஆசீர்வதிக்கப்பட்ட நகரத்தைவிட்டுச் வந்துவிட்டேன். ஏனென்றால் நான் வேதத்தை வாசித்துக் குறிப்பை அறிந்துகொள்ளும் அளவிற்கு இளமையாக இல்லை.

22. நல்ல கடவுளும், தீய கடவுளும்

நல்ல கடவுளும் தீய கடவுளும் மலைஉச்சியில் சந்தித்துக் கொண்டார்கள்..

நல்ல கடவுள், "உங்களுக்கு நல்ல நாள், சகோதரரே." என்று கூறினார்.

தீய கடவுள் பதில் சொல்லவில்லை.

மேலும் நல்ல கடவுள், "நீங்கள் இன்று மோசமான மனநிலையில் இருக்கிறீர்கள்" என்றார்.

"ஆமாம்." என்று தீய கடவுள் கூறினார், "சமீபகாலமாக உங்களுக்குப் பதிலாக என்னை தவறாகப் புரிந்துகொள்கிறார்கள். உங்கள் பெயரால் நான் அழைக்கப்படுகிறேன். உங்களிடம் நடந்துகொள்வதுப் போலவே என்னிடமும் நடந்துகொள்கிறார்கள். இது எனக்குத் துன்பமளிக்கிறது."

நல்ல கடவுள், "உங்களுக்குப் பதிலாக என்னைத் தவறாகப் புரிந்துகொண்டு உங்கள் பெயரைச் சொல்லி என்னை அழைக்கிறார்கள்." என்றார்.

தீய கடவுள் மனிதனின் முட்டாள்தனத்தைச் சபித்துவிட்டுச் சென்றார்.

23. தோல்வி

தோல்வியே! என் தோல்வியே!!
என் தனிமையே! என் ஏக்கமே!!
ஆயிரம் வெற்றிகளைவிட
நீங்கள் எனக்கு மிகவும் பிடித்தவர்,
மேலும் அனைத்து உலகப் புகழையும்விட
என் இதயத்திற்கு இனிமையானது.
தோல்வியே! என் தோல்வியே!!
என் சுய அறிவே! என் எதிர்ப்புக் குரலே!!
நான் இன்னும் இளமையாகவும், வேகமானவனாகவும் இருக்கிறேன்
என்பதை உங்கள் மூலம் நான் அறிவேன்.
மேலும் வாடிப்போகும் விஷயங்களில் சிக்கிக் கொள்ளக் கூடாது.
உன்னில் நான் தனிமையைக் கண்டேன்.
புறக்கணிக்கப்படுவதிலும், தூற்றப்படுவதிலும் இருக்கும் ஆனந்தம் அறிவேன்.
தோல்வியே! என் தோல்வியே!
என் ஒளிரும் வாளே! கேடயமே!!
உங்கள் பார்வையில் நான் படித்தேன்

சிம்மாசனத்தில் அமர்த்தப்படுவதே அடிமையாக இருக்க வேண்டும்,
புரிந்துகொள்ளப்படுவதென்றால், சமன் செய்யப்பட வேண்டும்,
கிரகிப்பது என்பது ஒருவரின் முழுமையை அடைவதாகும்
மேலும் ஒரு பழுத்த பழத்தை விழுந்து நுகர்கிறேன்.
தோல்வியே! என் தோல்வியே!
என் துணிச்சலான துணையே!!
என் பாடல்களையும், என் அழுகைகளையும்
என் மௌனங்களையும் நீ கேட்பாய்.
சிறகுகள் அடிப்பதைப்பற்றி
உன்னைத் தவிர வேறு
யாரும் என்னிடம் பேச மாட்டார்கள்.
கடல்களின் தூண்டுதல்,
இரவில் எரியும் மலைகள்,
என் செங்குத்தான பாறையிலுள்ள ஆன்மாமீது
நீ மட்டுமே ஏற முடியும்!
தோல்வியே! என் தோல்வியே!
என் மரணமில்லா தைரியமே!!
நானும் நீயும் புயலோடு சேர்ந்து சிரிப்போம்
நம்மில் இறக்கும் அனைவருக்கும்
நாம் ஒன்றாகக் கல்லறை தோண்டுவோம்,
நாம் மனஉறுதியுடன் சூரியன் கீழ் நிற்போம்,
மேலும் நாம் ஆபத்தானவர்களாக இருப்போம்!!!

24. இரவும் பைத்தியக்காரனும்

"ஓ, இரவே!
நான் உன்னைப் போலவே,
இருளாகவும் நிர்வாணமாகவும் இருக்கிறேன்;
என் பகல் கனவுகளுக்கு மிஞ்சி
எரியும் பாதையின் மீது நடக்கிறேன்!
என் கால் பூமியைத் தொடும்போதெல்லாம்
ஒரு பெரிய கருவேலமரம் வெளியே வருகிறது."
"இல்லை!
ஒஞ் பைத்தியக்காரனே!
நீ என்னைப் போல் இல்லை.
ஏனென்றால்,
நீ மணலில் பெரிய கால் தடத்தை
விட்டுச்செல்கிறாய் என்பதைப் பார்க்க
இன்னும் பின்னோக்கிப் பார்க்கிறாய்."
"ஓ, இரவே!
நான் உன்னைப் போலவே
அமைதியாகவும் ஆழமாகவும் இருக்கிறேன்!
என் தனிமையின் இதயத்தில்
ஒரு தெய்வம் குழந்தைப் படுக்கையில் உள்ளது;

மேலும் பிறப்பதில் சொர்க்கம் நரகத்தைத் தொடுகிறது."
"இல்லை!
ஓ.. பைத்தியக்காரனே,
நீ என்னைப் போல் இல்லை!!
ஏனென்றால்,
வலிக்கு முன்னால்
நீ இன்னும் நடுங்குகிறாய்.
மேலும் படுகுழியின் பாடல்
உன்னைப் பயமுறுத்துகிறது."
"ஓ, இரவே!
நான் உன்னைப் போலவே
காட்டைப் போன்ற பயங்கரமானவனாக இருக்கிறேன்!
ஏனென்றால்
என் காதுகள்
கைப்பற்றப்பட்ட நாடுகளின் கூக்குரல்களாலும்,
மறக்கப்பட்ட நாடுகளுக்கான பெருமூச்சுகளாலும்
நிரம்பியுள்ளன!!"
"இல்லை!
ஓ.. பைத்தியக்காரனே,
நீ என்னைப் போல் இல்லை!!
ஏனென்றால்,
நீ இன்னும்
உன் சிறிய சுயத்தை
ஒரு தோழனாகக் கொண்டிருக்கிறாய்!!
உன் அரக்கத் தன்மையுடன்
நீ தோழனாக இருக்க முடியாது."

"ஓ, இரவே!
நான் உன்னைப் போல் இருக்கிறேன்
கொடூரமான மற்றும் பயங்கரமானவன்!
ஏனென்றால்,
கடலில் எரியும் கப்பல்களால்
என் மார்பு எரிகிறது,
கொல்லப்பட்ட வீரர்களின் இரத்தத்தால்
என் உதடுகள் நனைந்துள்ளன!"
"இல்லை!
ஓ.. பைத்தியக்காரனே,
நீ என்னைப் போல் இல்லை!!
ஏனென்றால், சகோதரி ஆவிக்கான ஆசை
இன்னும் உங்கள்மீது உள்ளது,
மேலும் நீங்கள் உங்களுக்கு ஒரு சட்டமாக மாறவில்லை."
"ஓ, இரவே!
நான் உன்னைப் போல் இருக்கிறேன்
மகிழ்ச்சியும் மகிழ்ச்சியும்;
ஏனென்றால், என் நிழலில் வசிப்பவர்
இப்போது கன்னி மதுவைக் குடித்துவிட்டார்,
என்னைப் பின்தொடர்பவர்
மகிழ்ச்சியுடன் பாவம் செய்கிறார்!"
"இல்லை!
ஓ.. பைத்தியக்காரனே,
நீ என்னைப் போல் இல்லை!!
ஏனென்றால், உன் ஆன்மா
ஏழு மடிப்பு திரையால் மூடப்பட்டிருக்கிறது.

உன் இதயத்தை
உன் கையால் பிடிக்கவில்லை.!!"

"ஓ, இரவே!
நான் உன்னைப் போல்
பொறுமையும் உணர்ச்சிவசப்படுபவனாக இருக்கிறேன்!!
ஏனென்றால்,
என் மார்பில் ஆயிரம் இறந்த காதலர்கள்
வாடிய முத்தங்களின் போர்வையில்
புதைக்கப்பட்டுள்ளனர்!!"

"ஆமாம், பைத்தியக்காரனே!
நீ என்னைப் போலவா இருக்கிறாய்?
நீ என்னை மாதிரியா?
பெரும் புயலைக்
குதிரையைப் போல ஓட்ட முடியுமா?
மின்னலை வாளாகப் பிடிக்க முடியுமா?"

"உன்னைப் போலவே,
ஓ, இரவே! உன்னைப் போலவே,
வலிமையுடன் உயர்ந்திருக்கிறேன்
என் சிம்மாசனம்
விழுந்த கடவுள்களின் குவியல்களின்மீது
கட்டப்பட்டுள்ளது;
எனக்கு முன்பாகவும்
என் ஆடையின் ஓரத்தில்
முத்தமிடுவதற்காகவே பல நாட்கள் காத்திருக்க வேண்டும்.
ஆனால்

என் முகத்தைப் பார்க்கவே முடியாது.
"என்னுடைய இருண்ட இதயத்தின் குழந்தையே!
நீ என்னைப் போலவா இருக்கிறாய்?
என் அடக்கப்படாத எண்ணங்களை நினைத்து
என் பரந்த மொழியைப் பேசுகிறாயா?"
"ஆமாம் இரவே!
நாம் இரட்டை சகோதரர்கள்,
ஏனென்றால்,
நீ வெளியிடத்தை வெளிப்படுத்துகிறாய்
நான் என் ஆன்மாவை வெளிப்படுத்துகிறேன்!!"

25. முகங்கள்

ஆயிரம் தோற்றங்கள்கொண்ட ஒரு முகத்தைப் பார்க்கிறேன். பல தோற்றங்களை ஒரே அச்சில் வைத்திருப்பது போன்ற ஒரு முகத்தையும் பார்த்திருக்கிறேன்.

பார்க்கவே மிக அசிங்மாக இருக்கக்கூடிய முகத்தைப் பார்த்திருக்கிறேன், அது எவ்வளவு அழகாக இருக்கிறது என்று பாராட்டி உயர்த்த வேண்டிய முகத்தையும் நான் பார்த்திருக்கிறேன்.

ஒன்றுமில்லாத கோடுகளுடன் பழைய முகத்தைப் பார்த்திருக்கிறேன். எல்லாவற்றையும் செதுக்கப்பட்ட மென்மையான முகத்தையும் பார்த்திருக்கிறேன்.

நான் எல்லா முகங்களையும் அறிவேன். ஏனென்றால் என் சொந்தக் கண்ணால் நெய்யும் திரையின் வழியாக மறைக்கப்பட்டுள்ள யதார்த்தத்தைக் கூர்ந்து என்னால் பார்க்க முடியும்!!

26. பெருங்கடல்

நானும் ஆன்மாவும் குளிப்பதற்குப் பெருங்கடலில் இறங்கினோம். நாங்கள் கரையை அடைந்ததும், மறைவான தனிமையான இடத்தைத் தேடிச்சென்றோம்.

ஆனால் நாங்கள் நடந்து சென்றபோது, சாம்பல்நிறப் பாறையின் மீது அமர்ந்திருந்த ஒரு மனிதன் ஒரு பையிலிருந்து உப்பை எடுத்து கடலில் வீசுவதைக் கண்டோம்.

"இவன் அவநம்பிக்கையாளர். இந்த இடத்தைவிட்டு வெளியேறுவோம். இங்கு நாம் குளிக்க முடியாது." என்று என் ஆத்மா சொன்னது.

நாங்கள் கடலின் நுழைவாயிலை அடையும்வரை நடந்தோம். அங்கே, ஒரு வெள்ளைப் பாறையில் நின்று, ஒரு நபர் ஒரு அழகிய பெட்டியை வைத்திருந்ததைக் கண்டோம். அவர் சர்க்கரையை எடுத்து கடலில் வீசினார்.

"இவர் சிறந்த நம்பிக்கையாளர். அதனால் அவர் நம் நிர்வாண உடலைப் பார்க்கக் கூடாது" என்று என் ஆத்மா சொன்னது.

மேலும் நடந்தோம். கடற்கரையில், ஒரு மனிதன் இறந்த மீன்களை எடுத்து மென்மையாகத் தண்ணீரில் போடுவதைக் கண்டோம்.

"அவர் முன் நாம் குளிக்க முடியாது." என்று என் ஆன்மா கூறியது. "அவர் ஒரு மனிதாபிமான அறம் தவறாத மனிதர்." என்றது.

நாங்கள் கடந்து சென்றோம்.

பின்னர் நாங்கள் ஒரு இடத்தை அடைந்தபோது ஒரு மனிதன் மணலில் தனது நிழலைத் தேடுவதைக் கண்டோம். பெரும் அலைகள் வந்து அவனது நிழலை அழித்தது. ஆனால் அவர் அதை மீண்டும் மீண்டும் கண்டுபிடித்தார்.

"அவர் உண்மைவாதி. தன்னை முழுவதுமாகப் படைத்தவனிடம் ஒப்படைத்தவன். அவரை கடந்து செல்வோம்." என்றது.

நாங்கள் தொடர்ந்து நடந்தோம். அமைதியான மலையில் ஒரு மனிதன் நுரையை எடுத்து ஒரு மீன் வடிவ கிண்ணம் வைப்பதைக் கண்டோம்.

"இவர் ஒரு இலட்சியவாதி. நிச்சயமாக அவர் எங்கள் நிர்வாணத்தைப் பார்க்கக் கூடாது." என்றது என் ஆன்மா.

மேலும் நாங்கள் தொடர்ந்து நடந்தோம். திடீரென்று, "இது கடல். இது ஆழ்கடல். இது மிகப்பெரிய வலிமையான கடல்." நாங்கள் குரலை வந்த இடத்தைத் திரும்பி பார்த்தப்போது, ஒரு மனிதன் கடல் பக்கம் முதுகில் திரும்பி யிருந்தார். அவன் ஒரு சங்கைத் தனது காதில் வைத்து, அதன் முணுமுணுப்பைக் கேட்டான்.

என் ஆன்மா, "நாம் கடந்துசெல்வோம். அவர் யதார்த்தவாதி, தன்னால் புரிந்துகொள்ள முடியாததை முழுவதுமாகத் திருப்பி, ஒரு துண்டுடன் தன்னைத்தானே மென்மைப்படுத்திக்கொள்பவன்." என்றது.

எனவே நாங்கள் கடந்துசென்றோம். மேலும் பாறைகளுக்கு நடுவே களைகள் நிறைந்த ஒரு இடத்தில் மணலில் தலை புதைந்த நிலையில் ஒரு மனிதன் இருந்தான். நான் என் ஆத்மாவிடம், "நாம் இங்கே குளிக்கலாம், ஏனென்றால் அவர் நம்மைப் பார்க்க முடியாது." என்றேன்.

"இல்லை." என் ஆன்மா சொன்னது, "அனைவரையும்விட இவர் பார்க்கவே கூடாது. ஏனென்றால், இவர் அவ்வளவு தூய்மைவாதி" என்றது. அப்போது என் முகத்திலும், குரலிலும் பெரும் சோகம் வந்தது.

"இங்கிருந்து செல்வோம். நாம் குளிப்பதற்குத் தனிமையான, மறைவான இடம் இல்லை. இந்தக் காற்று

என் தங்க முடியை உயர்த்தவோ, இந்தக் காற்றில் என் வெண்ணிறத்தைக் காணவோ அல்லது இந்த ஒளியில் என் பயந்த நிர்வாணத்தை வெளிப்படுத்தவோ நான் விரும்பவில்லை." என்று ஆன்மா கூறியது.

பிறகு அந்தக் கடலில் இருந்து விலகி, அதைவிடப் பெருங்கடலை நாங்கள் நாடினோம்.

27. சிலுவையில் அறையப்பட்ட மனிதன்

நான் மனிதர்களை நோக்கி, "சிலுவையில் நான் அறையப்படுவேன்!" என்று அழுதேன்.

அதற்கு அவர்கள், "உங்கள் இரத்தம் ஏன் எங்கள் தலையில் பட வேண்டும்?" என்றார்கள்.

அதற்கு நான், "பைத்தியக்காரர்களைச் சிலுவையில் அறையாமல் வேறு எப்படி உயர்த்துவீர்கள்?" என்று கேட்டேன். அவர்கள் செவிசாய்த்தார்கள். நான் சிலுவையில் அறையப்பட்டேன். சிலுவையில் மரணம் என்னைச் சமாதானப்படுத்தியது.

நான் பூமிக்கும் வானத்திற்கும் இடையில் தூக்கிலிடப்பட்டபோது அவர்கள் என்னைப் பார்க்கத் தங்கள் தலையை உயர்த்தினார்கள். ஏனென்றால் அவர்களின் தலைகள் இதற்கு முன்பு உயர்த்தப்படவில்லை.

ஆனால் அவர்கள் என்னை நிமிர்ந்து பார்த்தபோது ஒருவர், "எதற்காகப் பிராயச்சித்தம் தேடுகிறாய்?" என்று கேட்டார்.

மற்றொருவன், "என்ன காரணத்திற்காக உன்னையே பலி கொடுக்கிறாய்?" என்று கூவினான்.

மூவரில் ஒருவர், "உலகப் பெருமையை வாங்குவதற்கு இந்த விலையைக் கொடுக்க நினைக்கிறீர்களா?"

அப்போது நான்காவது ஒருவர், "இதோ நன்றாகப் பாருங்கள், அவர் எப்படிச் சிரிக்கிறார்! அத்தகைய வலியை மன்னிக்க முடியுமா?"

நான் அவர்கள் அனைவருக்கும் பதிலளித்து, சொன்னேன்:

"நான் சிரித்தேன் என்பதை மட்டும் நினைவில் வைத்துக்கொள்ளுங்கள். நான் பிராயச்சித்தம் செய்யவில்லை. என்னை நானே பலியிடவும் இல்லை. பெருமையைத் தேடவும் விரும்பவில்லை; யாரையும் மன்னிக்க என்னிடம் எதுவும் இல்லை. எனக்குத் தாகமாயிருந்தது. என் இரத்தத்தை எனக்குக் குடிக்கக்கொடுங்கள் என்று வேண்டிக்கொண்டேன். ஒரு பைத்தியக்காரனின் தாகத்தை அவனுடைய சொந்த இரத்தத்தைத் தவிர வேறு என்ன தணிக்க முடியும்?

நான் பதில் கிடைக்காமல் ஊமையானேன். உங்கள் வார்த்தைக்குப் பதிலாகக் காயங்களைக் கேட்டேன். உங்களால் இரவும் பகலும் சிறையில் அடைக்கப்பட்டேன். நீண்ட பகலிரவில் வெளியே செல்ல கதவைத் தேடினேன்.

இப்போது நான் செல்கிறேன்.

ஏற்கெனவே சிலுவையில் அறையப்பட்ட மனிதர்களைப் போல, நான் சிலுவையில் அறையப்பட்டுச் சோர்வாக இருக்கிறேன் என்று நினைக்காதீர்கள். ஏனென்றால் பெரிய பூமிகளுக்கும் பெரிய வானங்களுக்கும் இடையில் இன்னும் பெரிய மனிதர்களால் நாம் சிலுவையில் அறையப்பட வேண்டும்.

28. வானியலாளர்

கோவிலின் நிழலில் நானும் எனது நண்பரும் பார்வையற்ற ஒருவர் தனியாக அமர்ந்திருப்பதைப் பார்த்தோம். என் நண்பர் சொன்னார், "இதோ இவர் எங்கள் தேசத்தின் புத்திசாலி."

பிறகு என் நண்பனை விட்டுவிட்டு அந்தப் பார்வையற்றவரை அணுகி வணக்கம் சொன்னேன். மேலும் நாங்கள் உரையாடினோம்.

சிறிது நேரம் கழித்து, "என் கேள்வியை மன்னியுங்கள், ஆனால் நீங்கள் எப்போதிலிருந்து பார்வையற்றவராக இருந்தீர்கள்?" என்று கேட்டேன்.

"நான் பிறப்பிலிருந்து." அவர் பதிலளித்தார்.

நான், "நீங்கள் எந்த ஞானப்பாதையைப் பின்பற்றுகிறீர்கள்?" என்றேன்.

அவர், "நான் ஒரு வானியலாளர்" என்றார். பின்னர் அவர் மார்பின் மீது கையை வைத்து, "நான் இந்தச் சூரியனையும், சந்திரனையும், நட்சத்திரங்கள் போன்ற அனைத்தையும் பார்க்கிறேன்" என்று கூறினார்.

29. பெரும் ஏக்கம்

நான் இங்கு என் சகோதரனான மலைக்கும், என் சகோதரியான கடலுக்கும் இடையில் அமர்ந்திருக்கிறேன்.

நாங்கள் மூவரும் தனிமையில் ஒன்றாக இருந்தோம். நம்மை ஒன்றாக இணைக்கும் அன்பு ஆழமானது. அதுமட்டுமல்ல அது வலுவானது, மிகவும் விசித்திரமானது. இல்லை, இது என் சகோதரியின் ஆழத்தைவிட ஆழமானது. என் சகோதரனின் வலிமையைவிட வலிமையானது. மேலும் எனது பைத்தியக்காரத்தனத்தின் விசித்திரத்தைவிட விசித்திரமானது.

முதல் சாம்பல் விடியலிலிருந்து பல யுகங்கள் கடந்துவிட்டன; மேலும் பல உலகங்களின் பிறப்பும் நிறைவையும் இறப்பையும் நாங்கள் கண்டிருந்தாலும், நாங்கள் இன்னும் ஆர்வமாகவும் இளமையாகவும் இருக்கிறோம். இன்னும் நாங்கள் துணையற்றவர்களாகவும், பார்க்கப்படாதவர்களாகவும் இருக்கிறோம்.

உடைக்கப்படாத பாதி தழுவலில் நாங்கள் படுத்திருந்தாலும், நாங்கள் சௌகரியமாக இல்லை. கட்டுப்படுத்தப்பட்ட ஆசையும், செலவழிக்கப்படாத காமத்திற்கும் என்ன சௌகரியம் இருக்கிறது? என் கடல் சகோதரியின் படுக்கையைச் சூடேற்ற நெருப்பு கடவுள் எங்கிருந்து வருவார்? என் மலை சகோதரனின் தீயை எந்த நீரோடை அணைக்கும்? என் இதயத்திற்குக் கட்டளை யிடக்கூடிய பெண் யார்?

அமைதியான இரவில், என் கடல் சகோதரி தனது தூக்கத்தில் நெருப்புக் கடவுளின் அறியப்படாத பெயரை

முணுமுணுத்தாள். மேலும் என் மலை சகோதரன் குளிர்ந்த தொலைதூர கடவுளைக் கூவி அழைத்தான். ஆனால் நான் தூக்கத்தில் யாரை அழைக்கிறேன் என்று எனக்குத் தெரியவில்லை.

இங்கே நான் என் மலைச் சகோதரனுக்கும், என் கடல் சகோதரிக்கும் இடையில் அமர்ந்திருக்கிறேன். நாங்கள் மூவரும் தனிமையில் ஒன்றாக இருக்கிறோம். நம்மை ஒன்றாக இணைக்கும் அன்பு ஆழமானது. வலுவானது. விசித்திரமானது.

30. ஒரு புல்லின் வார்த்தை

ஒரு இலையுதிர் கால இலையை நோக்கி ஒரு புல், "நீ விழும்போது இரைச்சலை உண்டாக்குகிறாய்! என் குளிர்காலக் கனவுகள் அனைத்தையும் நீ சிதறடித்துவிட்டாய்." என்றது.

இலை கோபமடைந்து, "தாழ்ந்து பிறந்தவனே, இழிவானவனே! ஒரு புகழுமில்லாமல் யாரும் பாராட்டாத அற்பமான பொருளே! நீ உயர்ந்த காற்றிக்கிடையில் வாழ்ந்ததில்லை. அதனால் அவர்களின் பாடும் இசையை உன்னால் சொல்ல முடியாது."

பின்னர் இலையுதிர் கால இலை பூமியில் உறங்கி, மீண்டும் வசந்தகாலம் வந்ததும் அவள் ஒரு புல்லாக எழுந்தாள்.

அது இலையுதிர் காலம். குளிர்கால தூக்கத்தில் அவள் இருந்தபோது, காற்றும் வீசி அவள்மீது எல்லா இலைகளும் விழுந்துகொண்டிருந்தன. அவள் தனக்குள் முணுமுணுத்தாள், "ஓ.. இந்த உதிர்ந்த இலைகள்! இப்படிச் இரைச்சலை உண்டாக்குகின்றன! இவை என் குளிர்காலக் கனவுகள் அனைத்தையும் சிதறடிக்கிறது." என்றது.

31. கண்

ஒரு நாள் கண் சொன்னது, "இந்தப் பள்ளத்தாக்குகளுக்கு அப்பால், நான் நீலநிற மூடுபனியால் மூடப்பட்ட ஒரு மலையைக் காண்கிறேன். அது பார்க்க அழகாக இருக்கிறது இல்லையா?"

காது சிறிது நேரம் கவனமாகக் கூர்ந்து கேட்ட பிறகு, "ஆனால் மலை எங்கே? நான் எதுவும் கேட்கவில்லையே." என்று கேட்டது.

பின்னர் கை, "நான் அதை உணர்வதோ அல்லது தொடுவதற்கு வீணான முயற்சி என்று நினைக்கிறேன். என்னால் மலையைக் காண முடியவில்லை." என்று கூறியது.

அதற்கு மூக்கு, "இங்கு மலையே இல்லை. எனக்கு அது குறித்த எந்த வாசனையும் தெரியவில்லை." என்றது.

பின்னர் கண் வேறு பக்கம் திரும்பியது. மற்ற புலன்கள் அனைவரும் ஒன்றாகக் கண்ணின் விசித்திரமான நடவடிக்கைப்பற்றி பேசத் தொடங்கின.

"கண்ணில் ஏதோ பிரச்சினை இருக்க வேண்டும்" என்று பேசிக்கொண்டன.

32. இரண்டு கற்றறிந்த மனிதர்கள்

ஒருமுறை பழங்கால நகரமான அஃப்காரில் இரண்டு கற்றறிந்த மனிதர்கள் வாழ்ந்து வந்தார்கள். அவர்கள் ஒருவருக்கொருவர் எதிராகவும், அடுத்தவர் கற்றலை வெறுத்து இகழ்வதுமாக இருந்தனர். அவர்களில் ஒருவர் கடவுள் நம்பிக்கையுள்ளவராகவும், மற்றொருவர் கடவுள் நம்பிக்கையற்றவராகவும் இருந்தார்.

ஒருநாள் இருவரும் சந்தை ஒன்றில் சந்தித்துக்கொண்டனர். அவர்கள் தங்களைப் பின்பற்றுபவர்களுக்கு இடையே கடவுள் இருப்பதைப் பற்றியும், இல்லாததைப் பற்றி விவாத்திடத் தொடங்கினர். இருவரும் பல மணி நேர வாக்குவாதத்திற்குப் பிறகு பிரிந்துச்சென்றனர்.

அன்று மாலை, கடவுள் நம்பிக்கையற்றவர் கோவிலுக்குச்சென்று பலிபீடத்தின் முன் குப்புற விழுந்து வணங்கி, தன் கடந்த காலத்தின் செயல்களைக் கூறி மன்னிக்கும்படி கடவுளிடம் வேண்டினார்.

அதே நேரத்தில், கடவுள் நம்பிக்கை கொண்ட இன்னொரு மேதை, அவருடைய புனித நூல்களைத் தீயில் எரித்தார். ஏனெனில், அவர் கடவுள்மீது நம்பிக்கை இழந்து நாத்திகனாக மாறிவிட்டார்.

33. என் துக்கம் பிறந்தபோது

என் துக்கம் பிறந்தபோது நான் அதை அக்கறையுடன் வளர்த்தேன். அன்பாக மென்மையுடன் அதைக் கவனித்தேன்.

மேலும் அனைத்து உயிரினங்களைப் போலவே எனது துக்கமும் வளர்ந்தது, வலிமையானது. அது அழகாலும், மகிழ்ச்சியாலும் நிறைந்திருந்தது.

நானும் என் துக்கமும் ஒருவரையொருவர் நேசித்தோம். எங்களைப் பற்றிய உலகத்தை நேசித்தோம்; ஏனென்றால், என் துக்கத்திற்கு ஒரு கனிவான இதயம் இருந்தது. அந்தத் துக்கத்தில் கருணை கொண்டதாக இருந்தது.

நான் என் துக்கத்துடன் உரையாடியபோது, எங்கள் நாட்கள் மிக வேகமாகச் சிறகடித்துப் பறந்தது. எங்கள் இரவுகள் கனவுகளால் சூழ்ந்துகொண்டிருந்தன; ஏனென்றால், என் துக்கம் திறமையாகச் சொற்பொழிவு செய்யக்கூடிய நாக்காக இருந்தது. என் நாக்கும் துக்கத்துடன் திறமையாகப் பேசக்கூடியதாகவும் இருந்தது.

நானும் என் துக்கமும் ஒன்றாகப் பாடியபோது, எங்கள் பக்கத்து வீட்டுக்காரர்கள் ஜன்னல்களில் அமர்ந்து கேட்டுக்கொண்டிருந்தனர். ஏனென்றால், எங்களின் பாடல்கள் கடலைப் போல ஆழமாக இருந்தன. எங்கள் மெல்லிசைகள் விசித்திரமான நினைவுகளால் நிறைந்திருந்தன.

நானும் என் துக்கமும் ஒன்றாக நடந்தபோது, எங்களை மற்றவர்கள் மென்மையான கண்களால் பார்த்து, மிகவும் இனிமையான வார்த்தைகளில் கிசுகிசுத்தனர். மேலும் ஒரு சிலர் எங்களைப் பொறாமையுடன் பார்த்தவர்களும்

இருந்தனர். ஏனென்றால் துக்கம் ஒரு உன்னதமான விஷயம். நான் துக்கத்துடன் பெருமைப்பட்டேன்.

ஆனால் எல்லா உயிரினங்களையும் போலவே ஒரு நாள் என் துக்கமும் இறந்துவிட்டது. நான் தனிமையில் விடப்பட்டு, ஆழ்ந்த சிந்தனையில் தள்ளப்பட்டேன்.

இப்போது நான் பேசும்போது என் வார்த்தைகள் என் காதில் மட்டுமே விழுகிறது.

நான் என் பாடல்களைப் பாடும்போது, என் பக்கத்து வீட்டுக்காரர்கள் கேட்க வருவதில்லை.

நான் தெருவில் நடக்கும்போது யாரும் என்னைப் பார்ப்பதில்லை.

நான் உறங்கிக்கொண்டிருக்கும்போது மட்டும், "இதோ பார், துக்கம் இறந்து ஒரு மனிதன் படுத்திருக்கிறான்" என்று பரிதாபமாகச் சொல்லும் குரல்கள் கேட்கின்றன.

34. என் மகிழ்ச்சி பிறந்தபோது

என் மகிழ்ச்சி பிறந்தது, நான் அதை என் கைகளில் பிடித்துக்கொண்டு வீட்டின் மேல் நின்று கத்திக்கொண்டிருந்தேன்.

"என் அண்டை வீட்டாரே! வந்து பாருங்கள். இந்த நாளில் எனக்கு மகிழ்ச்சி பிறந்தது. சூரிய ஒளியில் சிரிக்கும் இந்த மகிழ்ச்சியான வேளையில் வந்து பாருங்கள்." கத்தினேன்.

ஆனால் என் அண்டை வீட்டார் யாரும் என் மகிழ்ச்சியைப் பார்க்க வரவில்லை. எனக்கு ஆச்சரியமாக இருந்தது.

ஒவ்வொரு நாளும் ஏழு நிலாக் காலத்திற்கு, நான் வீட்டின் மேல் இருந்து என் மகிழ்ச்சியை அறிவித்தேன். ஆனால் யாரும் என்னைக் கவனிக்கவில்லை. மேலும் நானும், எனது மகிழ்ச்சியும் தனியாக இருந்தோம். நாங்கள் தேடப்படாமல் கவனமற்றவர்களாக இருந்தோம். பின்னர், என் மகிழ்ச்சி சோர்வாக உணரத் தொடங்கியது. ஏனென்றால் என்னைத் தவிர வேறு எந்த இதயமும் என் அன்பான மகிழ்ச்சி தன்மையை ஏற்றுக்கொள்ளவில்லை. வேறு எந்த உதடுகளும் அதனை முத்தமிடவில்லை.

பின்னர், ஒரு நாள் எனது மகிழ்ச்சி தனிமையில் இறந்துபோனது.

இப்போது எனது மகிழ்ச்சி, தனிமையில் இறந்த மகிழ்ச்சியை நினைவில் வைத்துகொள்வது மட்டுமே இருக்கிறது. ஆனால் நினைவு என்பது இலையுதிர்கால இலை போன்றது. அது காற்றில் முணுமுணுக்கும். பின்னர், அது கேட்காமல் மறைந்துவிடும்.

தமிழில்: குகன்

35. நிறைவான உலகம்

தொலைந்துபோன ஆன்மாக்களின் கடவுளே,
தெய்வங்களுக்குள் தொலைந்துபோனவரே!
நான் சொல்வதைக் கேளுங்கள்!

பைத்தியமாக அலையும் ஆவிகளே!
நம்மை மென்மையான விதி கண்காணிக்கிறது.
நான் சொல்வதைக் கேளுங்கள்!

பூரணமற்ற நான்
பூரணமான இனத்தின் நடுவில் வாழ்கிறேன்!
நான்
மனித குழப்பம், கூச்சல் மத்தியில்
பூரணமற்றவனாக நகர்கிறேன்!

முழுமையான சட்டங்கள்
தூய்மையான ஒழுங்கு,
அவர்களின் எண்ணங்கள் வகைப்படுத்தப்பட்டு,
அவர்களின் கனவுகள் ஒழுங்கமைக்கப்பட்டு
அவர்களின் பார்வையை முறையாகப் பதிவுசெய்து
நான் நகர்கிறேன்!

கடவுளே!
அவர்களின் நற்பண்புகள் அளவிடப்படுகின்றன.
அவர்களின் பாவங்கள் எடை போடப்படுகின்றன.
அவர்களின் நற்பண்புகள், பாவங்களுக்கு இடையே
மங்கலான அந்தி வெளிச்சத்தில்
செல்லும் குறைவான விஷயங்கள்கூட
பதிவு செய்யப்பட்டுப் பட்டியலிடப்பட்டுள்ளன.

இங்கு
பகல் இரவுகள் பருவங்களாகப் பிரிக்கப்பட்டுக்
குற்றமற்ற துல்லிமான விதிகளால்
நிர்வகிக்கப்படுகின்றன.

உண்பது, குடிப்பது, உறங்குவது,
நிர்வாணத்தை மறைப்பது,
பின்னர் உரிய நேரத்தில் சோர்வடைவது.
வேலை செய்ய, விளையாட, பாட, நடனமாட
பின்னர் கடிகாரம் மணி அடிக்கும்போது
அமைதியாக உறங்க!

இவ்வாறே சிந்திப்பது,
இவ்வாறே அதிகம் உணருவது,
பின்னர் ஒரு குறிப்பிட்ட நட்சத்திரம்
வானத்தில் எழும்பும்போது
நினைப்பதையும் உணர்வதையும் நிறுத்த!

புன்னகையுடன் அண்டை வீட்டாரைக் கொள்ளையிட
அழகான கைகளால் பரிசுகளை வழங்க
விவேகத்துடன் பாராட்ட,
எச்சரிக்கையுடன் குற்றம்சாட்ட
ஒரு வார்த்தையால் ஆன்மாவை அழிக்க
ஒரே மூச்சால் உடலை எரிக்க
பின்னர் அன்றைய வேலை முடித்துக் கைகளைக் கழுவ
நிறுவப்பட்ட ஒழுங்கின்படி அன்பு செய்ய
ஒருவருடைய சிறந்த சுயத்தை முன்கூட்டிய மகிழ்விக்க
தெய்வங்களை ஆராதிக்க
சாத்தான்களைக் கலையாகச் சூழ்ச்சிசெய்ய
பின்னர் எல்லாவற்றையும் மறந்துவிட்டு
நினைவாற்றல் இறந்துபோக!!

ஒரு உள்நோக்கத்துடன் கற்பனைசெய்ய,
பரிசீலனையுடன் உறுதியாய் நோக்க
இனிமையோடு மகிழ்ச்சியாக இருக்க,
உன்னதமாகத் துன்பப்பட,

நாளை அதை நிரப்பலாம் என்று
கோப்பையைக் காலிசெய்ய!

கடவுளே!
இவை அனைத்தும்
முன்னறிவிப்புடன் கருத்தரிக்கப்பட்டவை.
உறுதியுடன் பிறந்தவை
துல்லியத்துடன் பராமரிக்கப்பட்டவை
விதிகளால் நிர்வகிக்கப்பட்டவை
காரணத்தால் வழிநடத்தப்பட்டவை
பின்னர் பரிந்துரைக்கப்பட்ட முறையில்
கொல்லப்பட்டுப் புதைக்கப்பட்டவை.
மனித ஆன்மாவிற்குள் இருக்கும்
அமைதியான கல்லறைகள்கூடக்
குறிக்கப்பட்டு எண்ணப்படுகின்றன!

இது ஒரு பரிபூரண உலகம்,
முழுமையான சிறந்த உலகம்,
உன்னதமான தலைசிறந்த அதிசய உலகம்,
கடவுளின் தோட்டத்தில் பழுத்த பழம்,
பிரபஞ்சத்தின் தலைசிறந்த சிந்தனை.
ஆனால் கடவுளே!
நான் ஏன் இங்கே இருக்க வேண்டும்?

நிறைவேறாத பேரார்வத்தின் பச்சைவிதை,
கிழக்கையோ அல்லது மேற்கையோ
தேடும் ஒரு வெறித்தனமான புயல்,
எரிந்த கிரகத்திலிருந்து திகைத்துப்போன பகுதி,

தெய்வங்களுக்கிடையில் தொலைந்துபோன
ஆன்மாக்களின் கடவுளே!
நான் ஏன் இங்கே இருக்க வேண்டும்?